દાદીમાની વાર્તા
GRANDMOTHER'S TALE

લેખિકા: મોય મેકક્રોરી
ચિત્રકાર: એલેની માઈકલ

Written by Moy McCrory
Illustrated by Eleni Michael

Magi Publications

નાઝન અને તેની દાદીમા દર શુક્રવારે માર્કેટમાં જાય. જ્યારે ઠંડી હોય ત્યારે સુપ બનાવવા માટે તેઓ શાક જુએ.
દાદીમા બધી વાતમાં કાળજી રાખે.
'આ બિલકુલ નહીં ચાલે,' એકદમ સરસ શાક શોધતાં તે ઘણીવાર કહે.

Nazan and her grandmother go to the market every Friday.
When it is cold they look for vegetables to make soup.
Grandmother is very particular.
'These won't do at all,' she often says, as she tries to find
the perfect vegetables.

નાઝનને દાદીમા જોડે ખરીદી કરવા જવાનું ખૂબ ગમે, કેમકે જયારે તેઓ કતારમાં ઊભાં રહે ત્યારે દાદીમા એવી સરસ વાર્તાઓ સંભળાવે! બધાં તે સાંભળે, હાટડીનું શાક પણ આગળ બેસી જાય. ગયે વખતે તેઓ મારકેટમાં ગયાં હતાં ત્યારે ઘણા સમય પહેલાં તુર્કસ્તાનના એક ગામડામાં તેમની નાની બેબી બહેનનો જન્મ થયો હતો તેની વાર્તા તેમણે કહી હતી.

Nazan loves shopping with Grandmother,
because she tells such good stories while they queue.
Everyone listens, even the vegetables on the stall sit forward.
Last time they were at the market,
Grandmother's tale was about her village in Turkey,
long ago when her baby sister was born.

'તું હમણાં છો તેવડી જ હું હોઈશ,' દાદીમાએ શરૂ કર્યું. નાઝને રીંગણાં તરફ જોયું. એ બિલકુલ તેની દાદીમા જેવાં દેખાવા લાગ્યાં હતાં - એમણે દાદીમા જેવો જ પોશાક પહેર્યો હતો અને માથા પર રૂમાલો પણ બાંધ્યા હતા.

'જ્યારે કોઈને ત્યાં બાળક જન્મવાનું હોય ત્યારે મારી ત્રણ માસીઓ હંમેશ મદદ કરવા જતી,' દાદીમાએ કહ્યું. તેમને ખ્યાલ ન રહ્યો કે રીંગણાં પણ હોંકારો દેતાં માથું ધુણાવતાં હતાં.

'I was no bigger than you are now,' Grandmother began.
Nazan watched the aubergines.
They were starting to look just like her grandmother -
they were dressed the same, they were even wearing headscarves.
'Whenever a baby was due my three aunties always went to help,'
Grandmother said. She didn't notice how the aubergines
nodded in agreement.

'વસંતઋતુનો એક ઉજાસભર્યો દિવસ હતો અને હું ઘરની બહાર રમતી હતી. હું જોઈ શકતી હતી કે મારાં ત્રણ ઘરડાં માસીઓ ઊંચા ખેતરોમાં તેમનું વાવેતર સંભાળી રહ્યાં હતાં. મારી માતા ધીરેથી દરવાજાની બહાર નીકળ્યાં અને તેમણે એક ડંડાના છેડે કંઈક લાલ વસ્તુ લટકાવી.

'It was a bright spring day
and I was playing outside the house.
I could see my three old aunties tending
their crops on the terraces.
My mother came slowly out of the door
and hung something red on the end of a pole.

‘ઊંચા ખેતરોમાંથી મારી માસીઓએ આ નિશાની જોઈ.
‘જલદી કરો, આપણે ઝડપથી પાછા જવું જોઈએ,’’ તેમણે એકબીજાને કહ્યું.
‘‘આપણા પતિઓ શું કરતા હશે?’’ મારી પહેલી માસીએ
ઉત્સુકતાથી કહ્યું.
‘‘બેબીના પિતા ક્યાં હશે?’’ બીજી માસીએ ઉત્સુકતાથી કહ્યું.
મારી ત્રીજી માસી ચિંતામાં પડી ગયાં. ‘‘ફાહરી તો ગામમાં થોડાં
બકરાં વેચવા ગયો છે,’’ તેમણે કહ્યું.

‘High on the terraces, my aunties saw the signal.
“Quick, we must hurry back,” they said to each other.
“I wonder what our husbands are doing?”
said my first auntie.
“I wonder where the baby’s father is?”
said the second.
My third auntie was worried.
“Fahri has gone to town, to sell some goats,” she said.

‘મને માસાઓને બોલાવવા માટે મોકલવામાં આવી. તેમને શોધવા માટે મારે આખા ગામમાં દોડવું પડ્યું. તેઓ મને મળ્યા ત્યાં સુધીમાં હું ખરેખર હાંફી ગઈ હતી. “તમે મારા પિતાને બોલાવી લાવો. મારી મમ્મીને બેબી આવવાની છે,” મેં તેમને કહ્યું. તેમણે પોતાના ખચ્ચરો પર જીન મૂક્યું અને ઉતાવળમાં નીકળી પડ્યા. તે લાંબી, અઘરી મુસાફરી હતી . . . .

‘I was sent to fetch my uncles.
I had to run all round the village looking for them.
I was really out of breath by the time I found them.
“You must bring my father back. Mummy’s going to have the baby,”
I told them.
They saddled up their mules and left in a great hurry.
It was a long hard journey . . . . . .

‘ . . . . એક દિવસ અને એક રાત જેટલી. થોભ્યા વિના,
ઊંઘ્યા વિના તેમણે સવારી ચાલુ રાખી.
“સૂરજ માથે ચડે અને ફ઼ાહરી તેનો ભાવતાલ કરે તે પહેલાં
આપણે મારકેટ પહોંચી જવું જોઈએ,” તેમણે એકબીજાને કહ્યું.

' . . . . . across a day and a night.
Without stopping, without sleeping, they rode on.
"We must reach the market before the sun is high
and Fahri begins to barter," they said to each other.

‘તેમણે મારા પિતાને બકરાં વેંચવાની તૈયારી કરતાં શોધી કાઢયા. “તમારે પાછા ફરવું પડશે. તમારી બેબી તરતમાં જન્મશે,” તેમણે તેમને કહ્યું. “અમે અહીં રહી તમારાં બકરાં વેંચી દઈશું.”

'They found my father preparing to sell the goats.
"You must return. Your baby will be born soon," they told him.
"We'll stay here and sell the goats for you."

‘ઘરે મને કહેવામાં આવ્યું હતું કે “તું બહાર રહેજે.” મારી
માસીઓ અહીંથી તહીં દોડી રહી હતી તે બારીમાંથી હું જોઈ
શકતી હતી.
પછી મેં રડવાનો અવાજ સાંભળ્યો અને તેઓ મને મારી બેબી
બહેનને જોવા માટે અંદર લઈ ગયાં. હું એટલી બધી ખુશ હતી!
બેબીના જન્મ પછી હંમેશ ઉજવણી થતી, પણ પહેલાં મારી
માસીઓએ મારી માતા માટે સુપનું મોટું તપેલું તૈયાર કર્યું.
મારી માતા થાકી ગયાં હતાં અને ખાટલામાં સૂઈ રહ્યાં હતાં.

‘Back at home, I was told to stay outside.
Through the window I watched
my aunties rushing around.
Then I heard crying and they brought me in to see
my baby sister. I was so excited.
After a birth there was always a celebration,
but first my aunties made a big pot of soup
for my mother, who was tired and stayed in bed.

'મારા પિતા પાછા આવ્યા ત્યાં સુધીમાં
મારી નાની બહેનને નવડાવીને ધવડાવી
દેવામાં આવી હતી. બધાં બહુ ખુશ હતાં.
મેં ઘણા બધા નાના કેક ખાધા પણ મને
કોઈએ રોકી નહીં. ખૂબ મજા આવી.

'By the time my father got back,
my little sister was washed and fed.
He held her close to him.
Everyone was happy.
I ate lots of little cakes
and no one told me to stop.
It was wonderful.

‘બહુ જલદીથી મારા માસાઓ પણ પાછા આવ્યા.
“તમારાં બકરાંઓનો અમને સારો ભાવ મળ્યો,” તેમણે ખુશ થતાં કહ્યું.
બધાં આનંદથી હસ્યાં.
“અને હવે બેબીને આશીર્વાદ આપવાનો સમય થયો છે,” મારા માસાઓએ કહ્યું.
“શિયાળાનો ઠંડો વાયરો તારા આત્માને ઠંડો ન પાડી દે,” મારા પહેલા
માસાએ આશીર્વાદ આપ્યો.

‘Very soon my uncles arrived back.
“We got a good price for your goats,” they said merrily.
Everybody smiled happily.
“And now it is time for us to bless the baby,” said my uncles.
“May the cold winds of winter not chill your spirit,”
said my first uncle.

‘“સૂર્યનો આકરો તાપ તારું માથું ન બાળે,” મારા બીજા માસાએ
આશીર્વાદ આપ્યો.
“ભૂખથી તારું પેટ કદી બેવડું ન વળે,” ત્રીજા માસાએ
આશીર્વાદ આપ્યો.
મારી માસીઓએ માથું ઘુંણાવ્યું અને પોતાનું ગૂંથણ હાથમાં
લીધું.’
આટલી વારમાં નાઝન અને તેની દાદીમા કતારમાં સૌથી આગળ
પહોંચી ગયા હતાં, અને દાદીમાએ મરકતાં કહ્યું: ‘મને યાદ છે કે
મારા ગામડાની સ્ત્રીઓ હંમેશ ગૂંથતી રહેતી હતી.’

‘“May the hot sun not burn your head,”
said my second uncle.
“May hunger never gnaw at your belly,”
said the third.
My aunties nodded and picked up their knitting.’
By now, Nazan and Grandmother were at the front
of the queue, and Grandmother was chuckling:
‘I remember the women in my village
were always knitting.’

નાઝને હાટડી તરફ ધ્યાનથી જોવાનું ચાલુ રાખ્યું. પણ બધાં
શાકભાજી પોતાનાં કુદરતી રૂપમાં ફેરવાઈ ગયાં હતાં.
'હું પેલાં ત્રણ રીંગણાં લઈશ,' સૌથી સરસ રીંગણાં તરફ
આંગળી ચીંધતાં દાદીમાએ હાટડીવાળાને કહ્યું.
તેણે દાદીમાની દોરીની મોટી થેલીમાં તે મૂકયાં.

Nazan carried on watching the stall carefully. But all
the vegetables had returned to their normal shapes.
'I'll take those three aubergines,' Grandmother told
the stallholder, pointing at the very best ones.
He put them into her big string bag.

જ્યારે નાઝન અને દાદીમા મારકેટમાંથી પાછાં વળ્યાં, ત્યારે તેમણે મેજ પર થેલી ઊંધી વાળી.
‘આ ચીથરું શેનું છે?’ ઘાટા જાંબુડી રંગના કપડાના એક ટૂકડાને હાથમાં લેતાં દાદીમાએ પૂછ્યું. ‘તે થેલીમાં ચોંટી ગયું હશે. હું તે ફેંકી દઈશ.’

When they got back from the market,
Nazan and Grandmother emptied the bag out onto the table.
‘What’s this rag?’ Grandmother asked,
holding up a scrap of dark purple fabric.
‘It must have stuck to the bag.I’ll throw it away.’

નાઝને ઝડપથી ટૂકડાને લઈ લીધો અને પોતાના
ખીસામાં ખોસી દીધો. તે મારકેટમાં ફરી પાછી જાય
ત્યાં સુધી તેને સાચવી રાખવા માગતી હતી. તેને
ખાતરી હતી કે ગૂંથણનો એ એક ટૂકડો હતો અને
રીંગણની બેબીને કદાચ થઈ રહે તેટલો મોટો હતો.

Nazan picked up the material quickly
and tucked it carefully in to her pocket.
She wanted to keep it safe for their next trip
to the market.
She was sure it was a piece of knitting,
and it might just be big enough
for an aubergine baby.

Published in 1989 by Magi Publications,
in association with Star Books International, 55 Crowland Avenue, Hayes, Middx UB3 4JP
Printed and bound by W. S. Cowell, Ipswich
©Text, Moy McCrory, 1989
©Illustrations, Eleni Michael, 1989
©Gujarati Translation, Magi Publications, 1989
Gujarati Translation by Bhadra Patel
ISBN 1 85430 047 4